மிதந்து வரும் மின்மினிகள்

தங்கசுவாமி சிவசங்கரன்

பொருளடக்கம்

அணிந்துரை

திரு.கா.பாலச்சந்திரன் இ.ஆ.ப (ப.நி)
முன்னாள் தலைவர்
தமிழ்நாடு அரசுப் பணியாளர் தேர்வாணையம்
சென்னை 600003.

இதழோரம் புன்முறுவலுடன் எனது கைகளில் தவழ்ந்து கொண்-டிருக்கிறது ஆருயிர் நண்பர் திரு தங்கசுவாமி இஆப(ப.நி) அவர்க-ளின் "மிதந்து வரும் மின்மினிகள் " எனும் தலைப்பிடவுள்ள நூலின் பிரதி .

அவர் எனக்கு 1985 ஆம் ஆண்டு முதல் அறிமுகமான நேசமிக்க ,மகிழ்ச்சி கொண்டாடும் நண்பர். நாங்கள் பயிற்சியில் இருக்கும்போது மற்றொரு நண்பர் திரு தனவேல் இ.ஆ.ப (ப.நி) அவர்கள் எழுதி இயக்கிய சொறிகால்சோழன் என்னும் நகைச்சுவை நாடகத்தில் புல-

வராக நடித்தார். ஆனால் இன்று புலவருக்குரிய முழுத்தகுதியும் பெற்றவராகச் சிறந்த இலக்கியப் படைப்புகளை, குறிப்பாக கவிதை இலக்கியத்தில் பல்வேறு தலைப்புகளில் அவரது படைப்புகள் மிகச்-சிறப்பானதாக அமைந்து வருவது கண்கூடு. சிறந்த நிர்வாகியாக மூன்று மாவட்டங்களில் மக்கள் பாராட்டும் மாவட்ட ஆட்சியராக-வும், பல்வேறு துறைகளின் தலைவராகவும் சிறப்பான பணியாற்றிய-வரின் இந்த கவிதை படைப்புகள் பாராட்டுக்குரியதாக அமைந்துள்-ளது.

ராக்கெட் வேகத்தில் துவங்கும்
"மிதந்து வரும் மின்மினிகள்" கவிதை நூல் தமிழ்த்தாய் வாழ்த்தி-லேயே "இசைத்தமிழே" "திசைத்தமிழே" என்றுரைத்திருப்பது சாலச்-சிறந்தது.

அமாவாசையில் வாராதிருக்கும் நிலவினைப் பார்த்து தாய்வீடு சென்றாயோ என்று கேட்பது கற்பனை வளத்தின் உச்சம். நன்று.

தாய்மையின் தவத்தில் ,
"சத்தான முத்தங்கள் சத்தமின்றி தந்தவென் அத்தாணி முத்தே" என்பதன் அர்த்தம் உணர மகிழ்ச்சியின் வெளிப்பாடு.

திருக்கோயில்களின் ஆலயச் சுவர்களில் உள்ள ஓவியங்கள் அறிவியல் தத்துவத்தைத் தெரிவிக்கின்றனவே என்கிறார் ஆசிரியர் தத்துவ சாகரம் எனும் தலைப்பில்.

வறுமையைப் புல்லுக்கட்டுக்கு ஏங்கும் கன்றுக்குட்டிகளோடு ஒப்-பிடுதல் மிகவும் சிறப்பிற்குரிய உவமை.

கல்வியின் மேம்பாட்டினை
"அயராத உழைப்பால் உன்னை அகிலத்தில் உயர்த்தும் கல்வி" என்பதன் நோக்கம் படிப்பவர் மனதில் பசுமரத்தாணி போல பதியும். கல்வியால் உயர்வு பெறும் இளைஞர் கூட்டம் சந்தேகமின்றி.

"அன்பால் உலகை அணைத்துவிடு " எனும் சொற்றொடரில் வலிமையான வார்த்தை பிரயோகம்.

"சந்தேகம் தூக்கத்தைத் தொலைக்கும். துக்கத்தை தூக்கும் " என்பது சிறந்த இலக்கிய வரிகள்.

"உட்பகை வந்திடில் உறவுகள் கெட்டிடும்
நாபிரண்டிடில் நட்டும் விலகிடும் "
சொற்றொடர் கவிஞரின் கற்பனை கூற்றல்ல உண்மையின் வடிவமாகும்.

நன்சொல் பேசுதலே நன்று எனக்கூற வரும் போது
"பேசும் சொற்களில் ஒரு சொல் தீதானால்
நல்சொல் எல்லாம் நஞ்சாய் மாறி சொல்லவியலாத் துன்பம் உன்னைத்
தூக்கி எறிந்து துவைத்து எடுத்திடும் "
என்கிறார் நூல் ஆசிரியர் தங்கசுவாமி.

இதனாலேயே திருவள்ளுவர்
"அல்லவை தேய அறம்பெருகும் நல்லவை
நாடி இனிய சொலின்"
என்றதோடு
"நயனீந்து நன்றி பயக்கும் பயனீந்து
பண்பின் தலைப்பிரியாச் சொல்"
என்றும் கூறிப்போந்தார் பலநூறு ஆண்டுகெட்கு முன்பே போலும்.

"நான் என்ன செய்கிறேன் என்று நாளும் யோசிப்பவன் தன் வளர்ச்சிக்கான விதைகளை விதைக்கிறான் " என்று தங்கசுவாமி எடுத்தியம்புவது என்ன தெரியுமா? புறம் பேசாதே ! உன்னையே உணர்ந்து உன் வளர்ச்சிப் பாதைக்கு வித்திடுதலும் முற்போக்கு சிந்தனையுமன்றி வேறு என்னவாக இருக்க முடியும் ?

முத்தாய்ப்பாக
"முயற்சி செய்து தோற்பது வேறு முயற்சிக்காமல் தோற்பது வேறு " என்று சிந்தனையைத் தூண்டி "முயற்சி திருவினையாக்கும் " எனச் சொல்லாமல் சொல்லி முன்னேற முயற்சி செய்துகொண்டே

இரு என்கிறார் ஆசிரியர்

அவரது தமிழ்ப்பணி மென்மேலும் சிறக்க வாழ்த்துகள்

கா.பாலச்சந்திரன்

• viii •

என் கவிதை

மிதந்து வந்த மின்மினிகள் – என்
மேனியில் ஒளிர்ந்து மகிழ்ந்தனவோ !
வாசலில் வாசம் தந்தனவோ
விதவித வண்ணம் விதைத்தனவோ !
விண்ணில் இருந்து விரைவாக
விழுதாய் இறங்கி வந்தனவோ ! – என்
கருத்தாய் கலந்து களித்தனவோ
கவிதைகள் தந்து பறந்தனவோ !

தமிழ் வாழ்த்து

தென்பொதிகைச் சாரலிலே
திரண்டுவரும் செந்தமிழே!
என்குமரித் தென்றலிலே
எழுந்துவரும் இசைத்தமிழே!
இன்தமிழே! இளந்தமிழே!
தேன்தமிழே! திசைத்தமிழே!
நன்தமிழே! நறுந்தமிழே!
நாவினிக்க வாழியவே!

மின்மினி

மின்மினிகள்

மிதந்து வந்தன மின்மினிகள்.. ..

மலர்ந்து மகிழ்ந்தன இளம் செடிகள்

எழுந்து பறந்தன எழிலொளிகள்

எட்டிப் பிடித்தன இளங்கிளிகள்

குழந்தை கண்களில் குதூகலமே

விழுந்தும் வீசிடும் மின்னொளியே !

மின்மினிச் சுடர்

வயல்வெளி தன்னில் வானின்ஒளி

கயல்விழி திறந்தது காற்றிங்கு

தென்றலின் கண்கள் மின்மினியோ !

இந்திரன் கண்களும் இவைதானோ

சுந்தரத் தேரினில் பவனிவரும்

சுடரொளி மின்மினி யானதுவோ ?

எங்கிருந்து வருகிறாய்

மின்மினிகளே நீங்கள்

எங்கிருந்து வருகிறீர்கள்

மேகக் கூட்டத்தில்

மிதந்து வந்தீர்களோ ?

சற்றே நிமிர்ந்து பாருங்கள்

உங்கள் உடன்பிறப்புகள்

உங்களைக் கண் சிமிட்டி

அழைக்கிறார்கள் !

விடிந்தது

உதயம் கண்டு

எழுந்தது இரவி !

சிரித்தது தாமரை

அடங்கியது அல்லி

மணத்தது மல்லி !

கரைந்தது காகம்

கத்தியது கன்று

பறந்தன பறவைகள்

திறந்தன கதவுகள் !

அமாவாசை நிலா

முழுமதியாய் முகம்காட்ட

முப்பதுநாள் எடுத்தாயோ !

மூன்றேநாள் நீஇங்கு

முழுமையாய் மறைந்தாயே !

தாய்வீடு சென்றாயோ - அங்கு

தங்கிவிட்டு வந்தாயோ

பாய்விரித்து நீயுமங்கு

படுத்துறங்கி விட்டாயோ!

கடல்

கவிதைச் சிறகில்

கடல்மேல் பறந்தேன்

கண்ணில் தெரிந்தது

கடல் அல்ல ..

ஆறுகளை விழுங்கும்

அனகோண்டா !

வான் கோலம்

நீலத் திரையில் வெண் வண்ணம் !

கோலம் வரைந்த கோதை எங்கே ?

காலம் காலமாய்க்

காத்திருக்கிறேன் அவளுக்காக

நாளை யேனும் வருவாளா ?

காதல்

சிவந்தவள் விழிகள்

சித்திரம் வரைந்தன !

வந்த அவ்வாலிபன்

வண்ணம் தீட்டினான் !

பூத்தது புதுமலர்

மொட்டு மலர்ந்தது முகையும் அவிழ்ந்தது

வண்ண இதழ்கள் வரிசை கொணர்ந்தன !

வாசம் என்வீட்டு வாசலைத் தாண்டிட

பேசும் பொற்சித்திரம் பெரியவ ளானாள் !

உயிர்ப்பூ

உலகத்து உயிர்ப்பூவாய் -என்

உள்ளுக்குள் மலர்ந்தவளே

உன் விழிகூறு மொழித்தீயில்

உருகி எழுவேனோ?

உள்விழுந்து மீள்வேனோ !

அவளொரு கவிதை

மரபுக் கவிதை நீயென்று

மகிழ்ந்தி ருந்தேன் - உன்னைப்

புதுக்கவிதையாகப்

புனைய முனைந்தேன்..

நீயோ ஒரு ஹைக்கூ

கவிதையாகி என்னைக்

கவிழ்த்து விட்டாயே !

கண்ணழகு

உன்இதயம் ஒன்றே

எனக்கு அழகு ! - அது

உன் கண்களில் தெரிவதால்

உன் கண்களே எனக்கு அழகு !

உன் கண்ணழகில் நான்

கவிழ்ந்து போனதால் - அதன்

கடைக்கண் பார்வைக்காகக்

காலமெல்லாம் காத்திருக்கிறேன் !

அவள் மௌனம்

அவளின் மௌன மொழி

பலம் வாய்ந்தது!

என் இதயம் புகுந்து

இனிமை தந்தது !

என் மனத்தில் மலர்ந்து

மகிழ்ச்சி தந்தது !

மௌனம் கலையாது

அவள் தினம் பேசினாள்

மௌனம் கலையாதா –என்

மனம் தினம் பேசுகிறது !

தாய்மையின் தவம்

சத்தான முத்தங்கள்

சப்தமின்றித் தந்தவென்

அத்தாணி முத்தே - நீ என்

அத்தானின் சொத்தே !

ஆழ்கடலோ அருங்காற்றோ

புதுமலரோ பொன்னிதழோ - உன்

தித்திக்கும் தேனிதழ்கள்

மதுசிந்தும் மாதுளையோ !

எல்லாம் நீயே என்னவளே

என்னிதய இசையானாய்

என்னுடலின் தசையானாய்

உள்ளுறையும் உயிரானாய்

நீள்வானின் நிலவானாய்

தாயானாய் சேயானாய்

தணல்தாங்கும் நிழலானாய்

காற்றானாய் கடலானாய்

கவிதையும் நீயானாய் !

எல்லாமு மானாயே என்னவளே

என்றும்நீ எனக்கு இனியவளே !

கால்கட்டு

பட்டுக்கு மயங்காத பாவையும் இல்லை

கட்டுக்கு அடங்காத காளையும் இல்லை

மொட்டின்றி மலர்கின்ற மலரும் இல்லை

மெட்டின்றி ஒலிக்கின்ற பாடல் இல்லை

முட்டும் காளைக்கு மூக்கணாங்

கயிறு கட்டு !

கட்டுப்படா இவனுக்குக் கட்டிவிடு

கால்கட்டு !

மீன்கள்

கடலில் நீந்தின

கரையில் துள்ளின

கூடையில் மடிந்தன

கடையில் அவை என்

கண்ணில் விழுந்தன !

வீட்டில் எனக்கு

விருந்தாய் அமர்ந்தன!

கண்களோ மீன்களோ ?

கடலுக்குள் மீன்களோ !

இரண்டு மீன்கள் என்னை உண்டன

எந்த மீனை நான் உண்பது !

அடிமைக்கு அரசி

என் இதயத்தில் அமர்ந்து

அவள் ஆட்சி செய்தாள்..

இந்த அடிமையை ஆளும் பேர்

அரசி யானாள் ! - அவள்

இதயத்தை உடைத்து நான்

உள்ளே சென்றேன்..

அகத்துள்ளே என்னை அவள்

அடைத்து விட்டாள்.. ..

நான் அடிமையானேன் !

சாளரம் அமைத்திடு

உன் வீட்டுச் சுவரில்

கதவு மட்டுமே இருக்கிறது

சன்னல்கள் எதுவுமில்லை !

தென்றல் எப்படி உள்ளே வரும் ?

தத்துவ சாகரம்

ஒரு நாள் வந்தது மறுநாள் மறைந்தது

மற்றொரு நாளில் மின்னலாய் வந்தது

மீண்டும் மீண்டும் தோன்றி மறைந்தது

மாயத் திரையோ மயக்கம் எனக்கு !

அலைபாயும் உள்ளம் ஆலயம் சென்றேன்

அழகழகாய் ஓவியங்கள் ஆலயச் சுவரில்

அறிவியல் தத்துவம் அவ்விடம் கண்டேன்

வாழ்வியல் பாடம் வடித்தவர் யாரோ ?

மின்னொளி

உலகம் இன்று

உற்றவர் உறவற்றுப் போனார்

ஊராரும் உதவிக்கு வாரார்

பிள்ளையோ பிறந்தும் இல்லை

பெற்றோரோ எதற்கும் இல்லை !

காலத்தின் கோலம் கண்டோம்

கவலையைக் கடலாய்க் கொண்டோம்

உலகத்தின் நிலைமை சொன்னேன்

உணருமோ மனிதம் இன்று !

உணர்ந்து கொள்வாயா

தேவைக்கு மட்டும் நீ பேசினாய்

தேவை இல்லாமல் நான் பேசினேன்

உன் தேவைக்கு மட்டுமே நீ பேசினாய்

உன்தேவைக்கே நானும் பேசினேன்

என்தேவை எதுவுமில்லை

என்றாலும் நான் பேசினேன்

உணர்ந்து கொள்ள வில்லை நீ

உன் தேவை முடிந்ததோ ?!

வறுமை

கன்றுகளே நீங்கள்

கத்துவதை நிறுத்துங்கள்

உங்கள் கத்தலைக் கேட்டு

உங்கள் தாய்க்கு

மடிசுரக்கப் போவதில்லை !

விடியும் வரை நீங்கள் காத்திருங்கள்

ஒருகட்டு புல்லாவது வராதா !

இந்த பூமி இன்னும் காயவில்லை !

கருப்பாடு

ஆசையாசையாய் – நான்

ஆடு வளர்த்தேன்

ஐந்து அய்ம்பதாச்சு

அய்ம்பது ஐநூறாச்சு

ஆண்டுகள் பலவாச்சு

ஒரே ஒரு கருப்பாடு

உள்ளே புகுந்தது..

மந்தையே இன்று

கருப்பாடாய்ச் போச்சு !

அன்றும் இன்றும்

உலகில் அன்று கடவுள்கள்

மனிதராய்ப் பிறந்தார்கள்

இன்றோ மனிதர்பலர்

கடவுளாக அலைகிறார்கள்

கடவுள்களே நீங்கள் எல்லாம்

காணாமல் போய் விட்டீர்களோ !

கடவுளும் மனிதனும்

மனிதன் கடவுளைப் படைத்தான்

கடவுள் மனிதனைப் படைத்தார்

ஒருவரை ஒருவர்

படைத்துக் கொண்ட

உலகம் இன்று

ஒருவருக் கொருவர்

பகைத்துக் கொள்ளும்

உலகமாக

மாறிப்போனதே !

வளிபோல் வாழ்க்கை

தென்றல் சுகத்தையும்

மலரின் மணத்தையும்

அனுபவி போதும் !

தேடித் தேடி அலைந்து – உன்

நேரத்தை வீணடிக்காதே !

எது உன்னை நோக்கி வருகிறதோ

அதை அனுபவிக்கக் கற்றுக்கொள்

வாழ்க்கை இனிமையாகும் !

நலவாழ்வு

கைப்பிடித்து எழுந்து வா

கவலையை மறந்து வா!

நலம் பெற நடந்து வா

நம்பிக்கை கொண்டு வா!

நன்மைகள் அனைத்தும்

உன்வசம் ஆகும் !

பெண்மையின் அழகு

பெண்ணுக்கு அழகு இருபது

பெண்மைக்கு அழகு அறுபது !

இருபதில் அழகு இளமை

அறுபதில் அழகு அனுபவம் !

வளரும் அழகில் வழுக்கி விடாதே

தளரும் அழகைத் தள்ளி விடாதே !

இசை மயக்கம்

பசுக்களே ! இசைக்கு மயங்கி உங்கள்

இதயத்தைப் பறிகொடுத்து விடாதீர்கள் !

அவர்கள் மத்தளம் தட்டுவதற்கு

உங்கள் மரணம் தேவைப்படுகிறது..

மத்தளம் தட்டி அவர்கள் கொத்தளம் ஏற

எத்தனைப் பசுக்கள் இரையாக வேண்டுமோ !

விரித்திடு வெற்றியை

விதை என விழுந்தாய்

விருட்சமானாய் !

கதை பல கேட்டாய்

கவிதையானாய் !

சாதனை படைத்திட

சதிகளை உடைப்பாய் !

சரித்திரம் படைத்திட

விரித்திடு வெற்றியை !

அன்பே அழைத்து வரும்

ஆசை உன்னை

விரும்புகின்ற இடமனைத்தும்

அலைய வைக்கும்

எதிர்பாராத இடங்களுக்கும்

அழைத்துச் செல்லும் !

அன்பு மட்டுமே உன்னை

அந்த இடங்களுக்கெல்லாம்

அழைத்து வரும் !

புன்னகை

நிரந்தர இன்பமும் இல்லை

நிலையான துன்பமும் இல்லை

வரவு செலவு இன்பம் துன்பம்

இதுவே இயற்கையின்

விசித்திரம் உணர்வாய் !

நோவாய் எண்ணும்

ஒவ்வொரு நொடியும்

புன்னகை கொண்டு

கடந்திடல் நன்று !

ஆதிக்கம்

இன்ப உலகின் இளந்தலை முறையே

இளமையில் இல்லா ஆதிக்கம்

முதுமையில் முளைத்து

முள்ளாய்க் குத்திடும் !

குத்தும் முள்ளைக் குனிந்து எடுத்து

குப்பையில் வீசு! கோபம் வேண்டாம் !

உனக்கும் முதுமை ஒருநாள் வந்திடும்

அன்று இதனை அறிந்து நடந்திடு !

உயிராகும் கல்வி

உயிரோடு கலக்கும் கல்வி

உயிராகி நிற்கும் கல்வி

உன்னோடு பேசும் கல்வி

உன்மூச்சாய் விளங்கும் கல்வி

அயராத உழைப்பால் உன்னை

அகிலத்தில் உயர்த்தும் கல்வி

கல்வியை வசப்படுத்து

காலத்தே பயிர்செய் - இந்த

கருத்தொன்றும் புதியதல்ல.

காலங்கா லமாய்நாம்

கடைபிடிக்கும் நல்வழிதான் !

காலமும் கல்வியும் என்றும்

காத்திருக்கப் போவதில்லை

நீதான் அவற்றை

வசப்படுத்த வேண்டும் !

வாழ்க்கை

பேனா வாங்கும் எவரும் அதனை

எழுதிப் பார்த்து வாங்குவதில்லை

கிறுக்கிப் பார்த்தே வாங்குகிறார்கள்

அனைவரும் அறிந்த உண்மையிது

அதுவே வாழ்க்கையும் !ஆதலால் நீயும்

அகிலம் தன்னில் பொய்யாய் வாழ்ந்து

புதைந்திடும் மனிதராய் இருந்து விடாதே !

வாடுமுன் தேடு

வாசம்தேடி வலம் வந்திடும்

வண்ணத்துப் பூச்சி களுக்கோ

வாசம் என்பது எதுவுமில்லை..

வண்ணம் மட்டுமே உண்டு !

வாசமுள்ள மலர்களுக்கோ

வண்ணமும் வாசமும் உண்டு !

வாசம் கொண்ட வண்ண மலர் நீ

வாடுமுன் தேடிடு வாழ்க்கையை !

அறிவால் அடக்கு

உலகம் உந்தன் காலடியில்

உழைப்பை நம்பின் உயர்வடைவாய்

செய்யும் தொழிலே சிறந்ததுவாம்

வையும் உயிர்களை வதைத்து விடு

பொய்யும் புரட்டும் புதைத்து விடு

வார்த்தைகளை நீ அளந்து விடு

வன்முறை கண்டால் விலகிவிடு,

அறிவால் பிறரை அடக்கிவிடு

அன்பால் உலகை அணைத்துவிடு

கனவுகள்

உன் கனவுகள் என்றும்

காற்றாய் உன்னைச் சுற்றிவரட்டும்

உன் உயிர் மூச்சாய் அது

உள்ளும் புறமும் உலவி வரட்டும் !

எட்டாத உயரத்தை எல்லாம் அது

தொட்டு வரட்டும்

எரியாத விளக்குகளை அது

ஏற்றி வரட்டும் !

நிலவொளி

நிலவின் வெளிச்சத்தில்

நூல் கோர்க்கும் முதியவனே

விடியும் வரை காத்திரு !

பகலவன் எழுந்து வரட்டும்

அல்லது ஒரு சிறுவரையேனும்

அருகில் வைத்துக்கொள் !

நூலை அவன் கோர்க்கட்டும்

தையல் பணியை நீ செய் !

அதிகம் பேசாதே

தெய்வத்தின் முன்

தினமும் பேசு !

தேவையில்லாமல்

தெருவில் கூட பேசாதே !

அதிகம் பேசினால்

பதிகம் பாடுவாய்

பின்னொரு நாளில் !

உள்ளொளி

ஒளியென்றும் பிறப்பதில்லை

உள்ளுக்குள் இருந்தே அது

உதயமாகிறது !

உன்கண்களைத் திறந்திடு

உள்ளொளி உனக்குள்

ஒளிந்து கிடக்கிறது

உலகுக்காய் அது

உதயமாகட்டும் !

கதிரவன் போல் உன்

கண்கள் ஒளிரட்டும் !

கட்டுப்படு

கட்டுப்பாடு இல்லாத வாலிபமும்

கட்டுப்படாத காளைகளும்

கடல் நடுவில் தத்தளித்து

புயல் காற்றில் புதைந்தழியும்

நங்கூரம் இல்லாத நாவாய் – இதனை

நாமறிந்து கொண்டால் நலமே !

சமன்படு

உறவுகள் மட்டுமே

உன்னை உயர்த்துமா ?

பிறர்மனம் மகிழ

எதைநீ கொடுப்பாய் ?

பிறப்பை மறந்திடு

வரப்பை அகற்றிவிடு!

இறப்பில் எல்லாம்

ஒன்றென உணர்ந்திடு !

நாட்டுப் பற்று

ஓடும் நதியும் வீசும் காற்றும்

காடும் மரமும் மலரும் காய்களும்

அடிக்கும் வெயிலும் குடிக்கும் நீரும்

காற்றும் மழையும் கடலும் மலையும்

சிங்கமும் புலியும் ஆனையும் அணிலும்

சீறும் பாம்பும் சிறுத்தையும் கூட

எங்கள் பெருமையை என்றும் பேசும்

நீயேன் எம்மைச் சீண்டிப் பார்க்கிறாய் ?

சந்தேகம்

சந்தேகம் ஒரு சாக்கடை - அது

வெளியில் தெரிவது விபரீதம்

விரும்பாத பல உயிர்கள் - அதன்

உள்ளே வாழ்ந்து வரும் !

உன்னைப் பார்த்தால் உறுமும்

உன் அமைதியைக் கெடுக்கும்

தூக்கத்தைத் தொலைக்கும்

துக்கத்தைத் தூக்கும் !

மகிழ்ச்சி

சேர்க்கும் செல்வத்தில்

இல்லை மகிழ்ச்சி.

பார்க்கும் காட்சிகளிலும்

இல்லை மகிழ்ச்சி

நல்லவரைச் சேமித்து

நல்லபடி வாழ்ந்தால்

நமக்கு வந்திடும்

நாளெல்லாம் மகிழ்ச்சி !

சுத்தம்

வாய் சுத்தம் வாழ்வளிக்கும்

கை சுத்தம் காப்பாற்றும்

இவை இரண்டும் இருந்திடில்

உலகம் சுற்றிவர – உனக்கு

ஒரு தடையும் இல்லை !

தவறுகள்

உன்புகழ் ஒருநாள் குறைந்து போகலாம்

உலகை விட்டது மறைந்து போகலாம்

தவறுகள் என்றும் குறைந்து போகாது

சுவரென நிற்கும் சுவரொட்டி ஒட்டும்

தலைதூக்கி வளருமது

தளராது தவிக்காது

மலையெனவே நிற்குமது

மறையாது மரிக்காது !

உழைப்பு

சரித்திரத்தை மாற்ற

பொய் எழுது போதும்..

தரித்திரத்தை மாற்ற

மெய் எழுத வேண்டும் !

மெய்யின்றி சரித்திரம்

மெது வாக மாறும்..

மெய்வருந்தின் தரித்திரம்

மெய் விட்டுப் போகும் !

அமைதியும் நிம்மதியும்

முதுகு வளைய மறுத்தால்

நெற்றி காயப்படும் ..

விட்டுக் கொடுப்பதே விவேகம் !

அணைப்பிலும் அனுசரிப்பிலுமே

அமைதியும் நிம்மதியும் வாழ்கிறது !

வாழ்கைப் பாதை

பயணம் செய்யும் பாதை உனக்குப்

பஞ்சு மெத்தையாய் இருப்பதில்லை ..

காடும் மேடும் கல்லும் முள்ளும்

அவ்விடம் உண்டு.. ஆயினும்

சென்ற பாதையில் திரும்புதல் நன்று

பாதை மாறிய பயணம் வாழ்வைப்

பலப் படுத்தலாம் பண்படுத்தலாம்

படுபா தாளம் தள்ளியும் விடலாம் !

துணை இல்லாப்பயணம்

கைத்துணை இல்லாமல்

கடும்பயணம் செய்வது

கண்ணை இழந்தவர்

கடல் நீந்திச் செல்வது போல்

கரை சேரல் கடினம் …அது

கவலையில்தான் முடியும் !

கண்ணியம்

வாழ்த்திடும் வாய்களுள்

வாசலைத் தேடிட

தாழ்ந்திடா தென்றும் நீ

தரணியில் வாழ்ந்திட

கரையதைத் தாண்டிடாக்

கண்ணியம் காத்திடு !

வரையறை மறந்திடா

வாழ்வினில் நிலைத்திடு !

புரிந்திடு

கடமைக்கு முடிவில்லை

கவலைக்கும் முடிவில்லை

பார்க்க உனக்குக் கண்கள்

பாரா திருக்கவே இமைகள்..

புரிந்த வர்கள் புத்தகம்

புரியா தவர்கள் மத்தளம் !

அறிந்திடு

உன்னை நீயே உரசிப் பார்த்தாயா

உன்தவ றுகளை உணர்ந்து கொண்டாயா

அடுத்தவன் பற்றியே அறிய அலைகிறாய்

உன்னைப் பற்றிநீ என்ன தெரிந்தாய் ?

அடுத்தவர் பற்றி அறிவதை விட்டு

தன்னைப் பற்றித் தெரிவது சிறப்பு

அடுத்தவர் மீது காட்டிடும் ஆர்வம்

அவசிய மற்றது அறிந்திடு இதனை !

காலம்

அடுத்தவனைநீ வருத்துகிறாய்

அதனைரசித்தே வாழ்கின்றாய்

உலகம் இதனை மறந்தாலும்

காலம் என்றும் மறக்காது !

நீயும் ஒருநாள் விழுந்திடுவாய்

நினைவில் கொண்டு வாழ்ந்திடு !

அகந்தை கோபம் உன்

அராஅஜகம் அனைத்தையும்

காலம் ஒருநாள் கைப்பற்றும் !

உன் செயல்

நல்லது செய்யினும்

அல்லது செய்யினும்

சொல்லாது வந்து -அது

உன்னையே சேரும்

இதனை உணர்ந்து

இயல்பாய் நடந்திடில்

என்றும் துயரம்

எவர்க்கும் இல்லை !

முதியோரை மதி

முதியோர் தம்மை

மதியார் ஒரு நாள்

சிறியோர் முன்னர்

சிறுமைப்படுவர் !

வறியோராயினும்

முதியோர் வாழ்வு

நெறியாம் உனக்கு

அறிவாய் நன்றே !

கருத்தினில் கவனம்கொள்

கௌரவம் நாவில் என்னும்

கருத்தினை உணர்ந்தா லன்றோ

அறிவீனம் துறந்து நாளும்

அறிவினை உரசிப்பார்ப்போம் !

கதை கதையாய் கரடிவிடும்

கட்டுரை யாளர் களாய்க்

காலத்தைத் தள்ளாமல்

கருத்தினில் கவனம் கொண்டால்

காலமுனை வாழ வைக்கும் !

மகிழ்ச்சி வருமா

நடப்பது எல்லாம் நன்மைக்கே என்று

நாளும் நினைத்து நடந்துவந்தால்

மகிழ்ச்சி நம்மைத் தேடி வரும் !

இருப்பதைக் கொண்டு

இயல்பாய் இருந்தால்

இனிமையே உந்தன்

எதிர்காலம் !

நன்றி சொல்

அனைவர் மனத்திலும்

அன்போடு குடியிருக்க

ஆசையா உனக்கு ?

பெற்ற உதவிக்கு

நன்றி சொல்

செய்த தவறுக்கு

மன்னிப்பு கேள்

அனைவரும் மதிப்பர்

அன்போடு அணைப்பர் !

தெரியாததில் தெளிவுகொள்

தெரிந்தால் பேசு

தெரிந்ததைப்பேசு

தெரியா தென்றால்

தெரிந்து கொண்டு பேசு

தெரிந்தது போல் பேசாதே !

தெரியும் எல்லாம் என்ற

தெனவெட்டு தேவை இல்லை

தெரியாதது எதுவோ அதில்

தெளிவாகவே இரு !

வருவதும் போவதும்

நட்டமும் லாபமும்

நானிலம் தன்னில்

நடந்தே வந்திடும்

விரைந்தவை சென்றிடும்..

உட்பகை வந்திடில்

உறவுகள் கெட்டிடும்

நாபிரண்டிடில்

நட்பும் விலகிடும்..

புது வலிமை

புன்னகை புரிகிறாயா

புதுவாழ்வு பெறுகிறாய் !

மௌனத்தில் மகிழ்கிறாயா

மாண்பை வளர்க்கிறாய் !

புன்னகையும் மௌனமும்

புதுவலிமை தந்திடும்

புதுவாழ்வில் புகுந்திடு

புது வலிமை பெற்றிடு !

உறவு

கெட்டுப்போன உணவும்

விட்டுப் போன உறவும்

உடலுக்கும் மனசுக்கும் கேடு

என்று என்றோ சொன்னார்கள்..

நாமும் கொஞ்சம் சுயநலமாக

இருந்திருக்கலாம் என்ற உணர்வு

இன்றுதான் வருகிறது !

காலம் கடந்த பின்னேதான்

கண் மையைத் தேடுகிறோம் !

வளைந்து கொடு

அனுசரித்துப் போவதும்

அமைதியாகப் போவதும்

நிம்மதிக்கான தாரக மந்திரமே !

நெற்றியைக் காயப்படுத்திக்

கொள்வதைக் காட்டிலும்

முதுகை வளைத்துச் செல்வது

நல்லது தானே !

திருப்தி

யாரும் செய்ய முடியாததை

நீ செய்யும் பொழுது

திருப்தி அடைகிறாயா ?

நிச்சயமாக இல்லை

உன் அகங்காரம்தான்

திருப்தி அடைகிறது..

நீ ஒருபோதும் திருப்தி

அடையப் போவதில்லை !

விட்டுக் கொடு

சண்டையிட உனக்குப்

புத்திசாலித்தனம்எதற்கு ?

எதையும் புரிந்து கொண்டு

விட்டுக் கொடுக்கவே

புத்தி சாலித்தனம்

அதிகம் தேவை !

அதனால் நீயும்

கத்தியைத் தீட்டாமல் -உன்

புத்தியைத் தீட்டு .!

நீயே உன் சிற்பி

அதிசயங்களும் அற்புதங்களும்

எப்போதும் நடக்கலாம் !

உனக்கான அதிசயம்

உருவாவது உனது

முயற்சியினால் மட்டுமே !

உன் வாழ்க்கையைச்

செதுக்கும் சிற்பி

நீயே யல்லாமல்

வேறொ ருவரில்லை !

வெற்றி -தோல்வி

வெற்றி கிடைத்தால்

கொண்டாடு !

தோல்வி கிடைத்தால்

துவண்டு விடாதே !

இது ஒரு அனுபவம் ..

உனக்கது ஒருநாள்

பெரியதோர் வெற்றியைப்

பெற்றுத் தந்திடும் !

பொறுப்பு

பிறன் பழி கூறா

பேராண்மை கொள்

நடப்பவை அனைத்துக்கும்

நானே பொறுப்பென

நாளும் எண்ணிடு ! - இந்த

நாடே உன் பின்னால்

நகர்ந்து வரும் காண்பாய் !

நல்லதை மதித்திடு

பிடித்தவர் செயல்களில்

பிழை இருந்தால் சுட்டிக்காட்டு !

பிடிக்காதவர் செய்வது எல்லாம்

பிழையென எண்ணாதே !

நல்லதை மதிக்கும்

நடுநிலை கொண்டிடு !

புரிதல்

மௌனத்தில் வார்த்தைகளையும்

கோபத்தில் அன்பையும்

உணர்ந்து கொள்வதே உறவு

புரிதலிருந்தால் பிரிதல் இல்லை !

பிரச்சினை

பிரச்சினை இல்லா மனிதர்களைப்

பூமியில் நீயும் கண்டதுண்டோ ?

பாம்பு கடிப்பது தான்

பிரச்சனை என்பதில்லை ..

எறும்பு கடித்தாலும் சிலருக்குப்

பிரச்சினைதான் அறிந்திடு !

அன்னவரின் பிரச்சினைகள்

அணையப் போவதில்லை !

நன்சொல் நவில்

ஒருகுடம் பாலில் ஒருதுளி நஞ்சாக

பேசும் சொற்களில் ஒருசொல் தீதானால்

நல்சொல் எல்லாம் நஞ்சாய் மாறி

சொல்ல வியலா துன்பம் உன்னைத்

தூக்கி எறிந்து துவைத்து எடுத்திடும் !

எது அவசியம்

உன்னை நீயே உரசிப்பார்

உன்தவறுகளை உணர்ந்திடுவாய்

அடுத்தவன் பற்றியே அறிவதை விட்டு

தன்னைப் பற்றித் தெரிவது சிறப்பு !

அடுத்தவர் மீது காட்டிடும் ஆர்வம்

அவசியமற்றது என்பதை அறிவதே

அவசியம் உனக்கு என்பதை அறிந்திடு !

அன்பு

உன் புன்னகை என்னை

உற்சாகப்படுத்தியது

உன் மௌனம் எனக்கு

மகிழ்ச்சி தந்தது !

நீ அமைதியாய் இரு! நல்லது !

ஆனால் ஒருபோதும்

ஊமையாக இருந்து விடாதே !

கோபம்

உன் முதல் எதிரி

உன் கோபம் மட்டுமே

அன்பினால் உனக்குச்

சாதிக்க முடியாத எதையும்

உன் கோபத்தால் ஒருபோதும்

சாதிக்க முடியாது !

எதிர் பார்ப்பு

சுமைகள் குறைந்தால் அன்றோ

பயணங்கள் சுகமாய் அமையும்

எதிர்பார்ப்பு குறைந்தால் தானே

வாழ்க்கையும் சுகமாய்ப் போகும் !

யோசித்துப் பார்த்தோமானால்

எதிர்பார்ப்பே தவறென் றாகும்

எதிர்பார்ப்பைக் குறைத்து

எந்நாளும் வாழ்ந்து வந்தால்

ஏமாற்றம் எவர்க்கும் இல்லை !

மகிழ்ச்சி மடியுமிடம்

அவன் வீட்டுப் பொருளெல்லாம்

என் வீட்டிலும் வேண்டும் ..

இடம் அங்கு இருக்கிறதா ?

என் வீட்டில் உள்ளதெல்லாம்

அவன் வீட்டில் உள்ளதா..

எண்ணிப் பார்த்தேனா ?

அவன் வீட்டைப் பார்த்து பார்த்து

என் மகிழ்ச்சி யெல்லாம்

மடிந்து போகிறதே !

மௌனமே சிறந்த மொழி

தவறானவர் களிடமும்

தவறான இடத்திலும்

மௌனமே சிறந்த மொழி !

மௌனம் காப்பவர் மானம் காப்பவர்

அளந்து பேசுதல் அறிவை வளர்க்கும்

அடங்கா பேச்சு அடக்கம் செய்யும் !

நெருப்பு

அடங்கா நெருப்பு

அனைத்தையும் அழிக்கும்..

அடங்கும் நெருப்பிலும்

ஆற்றல் உண்டு - அது

அழிக்கவும் செய்யும்

ஆட்சியும் செய்யும் !

விழிப்புடன் இரு

கடவுளிடம் கேள்.. கிடைக்கும்

ஆனால் நீ உறங்கி விடாதே !

விழிப்புடன் இருப்பவர்க்கே

வெற்றிகள் கிட்டிடும் !

வைரக் கற்களை உன்

முகத்தில் வீசினாலும் - உன்

தூக்கம் கலையாது போனால்

ஒருபயனும் இல்லை அதனால் !

நல்லவற்றைக் கொடு

தாராள மனமிருந்தால் அவனிடம்

பணமோ பொருளோ இல்லை

ஞானமும் விவேகமும் இருந்தால்

கல்வி அறிவு அதிகம் இல்லை

கனிவும் இரக்கமும் கொண்டவரே

காயப் படுத்தப் படுகின்றார்

நமக்கு இல்லை என்றாலும்

நாமதைத் தருவோம் பிறருக்கு

நல்லவை என்று தெரிந்திட்டால் !

தாக்குதல்

வலிக்கும் வரை ஒருவரைத்

தாக்கிப் பேசுவது சரியல்ல

சலித்துக் கொள்ளும் அளவு

தூக்கிப் பேசுவதும் சரியல்ல

மலிவான பேச்சில் உந்தன்

மனம் செல்லல் சரியல்ல

வலியோடு வாழ்ந்தாலும் வாழ்வில்

எலியாகிப் போகாதே – என்றும்

புலியாகவே வாழ்ந்து

புகழினைத்தேடு !

வளர்ச்சியின் விதை

அவன் என்ன செய்கிறான் என்று

அன்றாடம் யோசிப்பவன்

தன் வீழ்ச்சியை

விலையின்றி வாங்குகிறான் !

நான் என்ன செய்கிறேன் என்று

நாளும் யோசிப்பவன்

தன் வளர்ச்சிக்கான

விதைகளை விதைக்கிறான் !

எது முக்கியம்

என்ன செய்ய வேண்டும் என்று

எவ்வளவோ முடிவெடுத்தாய்

முன்னேற்றமும் கண்டாய்

என்ன செய்யக் கூடாதென்று

என்றேனும் முடிவெடுத்தாயா ?

முடிவெடுப்பது மிகமுக்கியம்தான்

ஆனாலும் அவசரமான உலகிலின்று

என்ன செய்யக்கூடாது என்று

முடிவெடுப்பது அதைவிட முக்கியம் !

நல்லதை நினை

நல்ல எண்ணங்களோடு

சொற்களும் செயல்களும்

நல்ல நட்பையும் உறவையும்

உடனமர்த்தும் உன்னிடம் !

நல்லவற்றை நாடு !

நானிலம் தன்னில்

நடப்பவை யாவும்

நலமாய் அமையும்!

ஆயிரம் கரங்கள்

முதியவன் ஆகும் போதே

எண்ணற்ற கரங்கள் உனக்கு

இருப்பதை உணர்கிறாய்..

உழைத்திட ஒன்று உதவிட ஒன்று

அழைத்திட ஒன்று அணைத்திட ஒன்று

உனக்கென ஒன்று மற்றவர்க்கு ஒன்று

முளைத்த கரங்களை

முன்நிறுத்திப் பார்

முதுமை முளைப்பதை

முன்னரே அறிவாய் !

யார் செல்வந்தன்

உன் பேராசையை நீக்கிவிட்டு

அங்கு நன்றியைக் குடியமர்த்திடு !

அது வேண்டும் இது வேண்டும்

என்று அலைவதை விட்டுவிட்டு

அடைந்த அனைத்துக்கும்

அப்பொழுதே நன்றிசொன்னால்

உன்னைப் போல் செல்வந்தன்

உலகத்தில் எவரும் இல்லை

குற்றம் குறை

குற்றம் குறைகள் இல்லா தவரை

குவலயம் என்றும் கண்டது இல்லை

காண்போர் செயலில் குற்றம் காணும்

கண்களைச் சற்று மூடிக்கொள் !

உள்ளத்து உள்ளே உறங்கிடும் -உன்

உணர்ச்சியைக் கொட்டி

உடைத்து விடாதே !

உறவுகளை நீ இழந்து விடாதே !

வெற்றியின் ரகசியம்

அடுத்தவர் பேச்சை அமைதியாய் கேட்பது

அனைவ ருக்கும் நன்மை பயக்கும் !

பாராட்டும் பண்புகளே

பெருமைகள் தந்திடும் !

பிழைகளை ஏற்றல் பெருந்தன்மை யாகும்

வாக்குவாதம் பலம்தராது ..

விலகி நிற்பதே வெற்றியின் ரகசியம் !

நிலையில்லை

நிலையில்லாத் தொழில்

நிலையில்லா வேலை

நிலையில்லா மனம்

நிலையில்லாக் குணம்

நினைத்து பார்த்தால்

இவை யெல்லாம்

நிலையில்லா வாழ்வை

நிலை இழக்க வைக்கும் !

கோபம்

கோபத்தில் வாய் திறந்தால் - அதன்

சாபம்உன் கண்களை மூடிவிடும்

சினம் கொண்ட சொற்களை விட

மௌனம் என்றும் மகிழ்ச்சியானது

அர்ப்பணிப்பு

அர்த்தமுள்ள வாழ்க்கைக்கு

அர்ப்பணிப்பு அவசியம் வேண்டும்

திறமையா னவரையும் இன்று

கடின உழைப்பு தோற்கடிக்கும்..

கடினமாக அவர் உழைக்காத வரை!

அகிலத்தை வென்றிடு

சிந்தித்து வாழாதவன்

நிந்தனையில் வீழ்வான்

இழப்பதற்கு எதுவுமில்லை இங்கு

வெல்வதற்கு இந்த உலகமே உள்ளது

அர்ப்பணிப்பும் திறமையும் இருந்தால்

அகிலத்தையும் வெல்லலாம் !

இலட்சியம்

கனவுகள் பல

ஆசைகள் பல

லட்சியம் மட்டும்

ஒன்றே ஒன்றுதான் !

முயற்சி

முயற்சி செய்து தோற்பது வேறு

முயற்சிக்காமல் தோற்பது வேறு

கோடி முறை முயன்றாலும்

வெற்றி விளைவது என்னவோ

ஒரு முயற்சியில் தானே !

முயற்சிகள் தோல்விகள் அல்ல

முன்னேற்றப் படிகளே அவை !

புன்னகைப் பூ

புதிய எண்ணங்கள்

புதிய கனவுகள்

புதிய முயற்சிகள்

புதிய நம்பிக்கைகள்

புதிய திட்டங்களோடு உன்

புன்னகை மலரட்டும் !

www.ingramcontent.com/pod-product-compliance
Lightning Source LLC
Chambersburg PA
CBHW031443150726
47990CB00007B/2585